Tulika

చిట్టి లాలి

అలంక్రిత జైన్

అనువాదం బాలాజి మద్దికెర

To my doting sisters, Ranudi and Divyadi — Alankrita

Chitti Laali (Telugu)

ISBN 978-93-5046-370-3

First published in India, 2013
Reprinted in 2017

Originally in English

Published by
Tulika Publishers, 24/1 Ganapathy Colony Third Street, Teynampet, Chennai 600 018, India
email tulikabooks@vsnl.com *website* www.tulikabooks.com

Printed and bound by
Sudarsan Graphics, 27 Neelakanta Mehta Street, T. Nagar, Chennai 600 017, India

చిట్టి లాలికి కోపం వచ్చింది.

తను చెట్టు ఎక్కాలని అనుకున్నపుడు
అమ్మ చెప్పింది తను చాలా చిన్నదని.

తను సైకిలు తొక్కాలన్నపుడు నాన్న చెప్పాడు తను చాలా చిన్నదని.

తను ఉయ్యాలలో ఎత్తుకి ఊగాలని అనుకున్నపుడు
టీచర్ అన్నది తను చాలా చిన్నదని.

నేను నిజంగా చాలా చిన్నదాన్నైతే? అని అనుకున్నది లాలి.

నేను గొల్లభామతో కలిసి పాట పాడగలను!

నేను పేడ పురుగువలె దొర్లగలను!

నేను వానపాముతో పాటు భూమిలో సొరంగాలు చేయగలను!

నేను వాననీటి బిందువుతో స్నానం చేయగలను!

నేను సాలె పురుగుతో పాటు ఊగగలను!

నేను నత్తగుల్ల ఇంటికి రంగులేయగలను!

నేను రోజంతా పూల పానుపుపై నిదురించగలను!

చిన్నదాన్ని అయినప్పటికీ నేను చాలా పనులు చేయగలను, అనుకున్నది లాలి.

నేను చెట్టుకూడా ఎక్కగలను!